Impressum
Verlag: BABADADA GmbH, Nedderfeld 112 , 22529 Hamburg
Geschäftsführer / Verlagsleitung: Harald Hof
Druck: Books on Demand GmbH, In de Tarpen 42, 22848 Norderstedt

Imprint
Publisher: BABADADA GmbH, Nedderfeld 112 , 22529 Hamburg, Germany
Managing Director / Publishing direction: Harald Hof
Print: Books on Demand GmbH, In de Tarpen 42, 22848 Norderstedt

AF175672

โรงเรียน

colegio

ห้องเรียน
aula
หาร
dividir
186/2
กระดาน
pizarrón
สนามโรงเรียน
patio de escuela
ครู
maestro
กระดาษ
papel
เขียน
escribir
ปากกา
birome
โต๊ะทำงาน
escritorio
ไม้บรรทัด
regla
หนังสือ
libro
นักเรียน
alumno

กระเป๋าหนังสือ

mochila

กล่องดินสอ

caja de lápices

ดินสอ

lápiz

กบเหลาดินสอ

sacapuntas

ยางลบ

goma (de borrar)

สมุดวาดภาพ

bloc de dibujo

ภาพวาด

dibujo

พู่กัน

pincel

กล่องสี

caja de pinturas

กรรไกร

tijera

กาว

pegamento

สมุดแบบฝึกหัด

cuaderno de ejercicios

การบ้าน

tarea

12

ตัวเลข

número

2+2

บวก

sumar

5-2

ลบ

restar

2×2

คูณ

multiplicar

คำนวณ

calcular

A

ตัวอักษร

letra

ABCDEFG HIJKLMN OPQRSTU VWXYZ

อักษรพยัญชนะ

abecedario

hello

คำ

palabra

ข้อความ

texto

อ่าน

leer

ชอล์ก

tiza

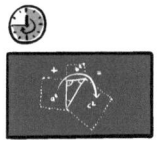

บทเรียน

lección

ลงทะเบียน

cuaderno de clase

การสอบ

examen

ใบรับรอง

certificado

ชุดนักเรียน

uniforme escolar

การศึกษา

educación

สารานุกรม

enciclopedia

มหาวิทยาลัย

universidad

กล้องจุลทรรศน์

microscopio

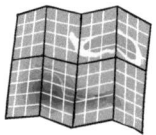

แผนที่

mapa

ตะกร้าใส่เศษกระดาษที่ไม่ใช้แล้ว

tacho (de basura)

โรงแรม
hotel

Grand

โฮสเทล
hostel

ROOMS

สำนักงานแลกเปลี่ยนเงินตรา
casa de cambio

EXCHANGE

กระเป๋าเดินทาง
valija

รถยนต์
auto

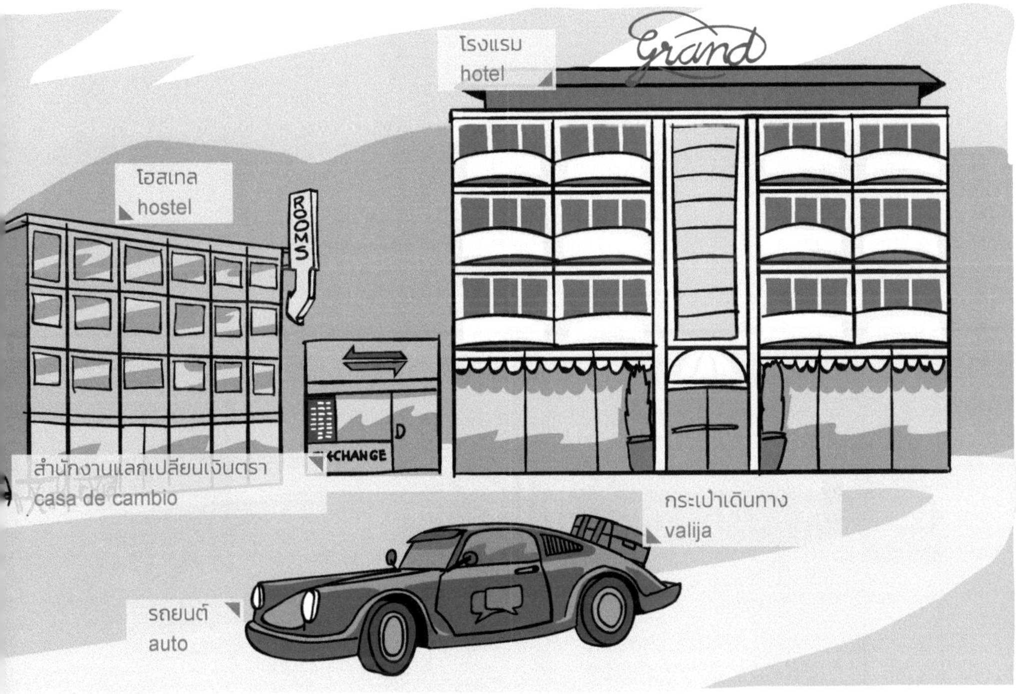

ภาษา
idioma

ใช่/ไม่ใช่
sí / no

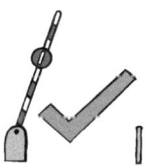

ตกลง
Está bien

สวัสดี
hola

นักแปล
traductor

ขอบคุณ
Gracias

ราคาเท่าไหร่...?

¿cuánto cuesta…?

ฉันไม่เข้าใจ

No entiendo

ปัญหา

problema

สวัสดีตอนเย็น

¡Buenas tardes!

สวัสดีตอนเช้า

¡Buenos días!

ราตรีสวัสดิ์

¡Buenas noches!

แล้วพบกันใหม่

adiós

ทิศทาง

dirección

กระเป๋าเดินทาง

equipaje

กระเป๋า

bolso

กระเป๋าสะพายหลัง

mochila

แขก

invitado

ห้อง

habitación

ถุงนอน

bolsa de dormir

เต้นท์

carpa

ข้อมูลนักท่องเที่ยว

información turística

ชายหาด

playa

บัตรเครดิต

tarjeta de crédito

มื้อเช้า

desayuno

มื้อกลางวัน

almuerzo

มื้อเย็น

cena

ตั๋ว

pasaje

ลิฟต์

ascensor

แสตมป์

sello

พรมแดน

frontera

ภาษีศุลกากร

aduana

สถานทูต

embajada

วีซ่า

visa

พาสปอร์ต

pasaporte

ขนส่ง
transporte

avión
เรือใหญ่
barco
รถดับเพลิง
autobomba
รถโดยสารปร
colectivo
รถบรรทุก
camión
เรือยนต์
lancha a motor
จักรยาน/จักรยานยนต์
bicicleta
รถยนต์
auto

เรือข้ามฟาก
ferry

เรือ
bote

รถจักรยานยนต์
moto

รถตำรวจ
patrullero

รถแข่ง
auto de carreras

รถเช่า
auto de alquiler

การแบ่งกันใช้รถยนต์

alquiler de autos

รถลาก

grúa

รถขยะ

camión de basura

เครื่องยนต์

motor

เชื้อเพลิง

nafta

ปั๊มน้ำมัน

estación de servicio

เครื่องหมายจราจร

señal de tránsito

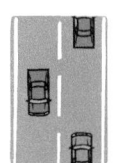

การจราจร

tránsito

การจราจรติดขัด

embotellamiento

ที่จอดรถ

estacionamiento

สถานีรถไฟ

estación de tren

รางรถไฟ

vías

รถไฟ

tren

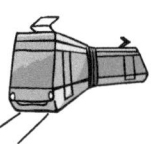

รถราง

tranvía

ตู้รถไฟ

vagón

เฮลิคอปเตอร์
helicóptero

สนามบิน
aeropuerto

หอคอย
torre

ผู้โดยสาร
pasajero

ตู้บรรจุสินค้า
contenedor

กล่องกระดาษ
caja de cartón

รถเข็น/รถลาก
carretilla

ตะกร้า
canasta

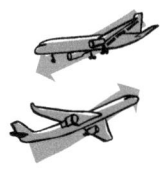

บินขึ้น/ ลงจอด
despegar / aterrizar

เมือง

ciudad

หมู่บ้าน
pueblo

ใจกลางเมือง
centro de ciudad

บ้าน
casa

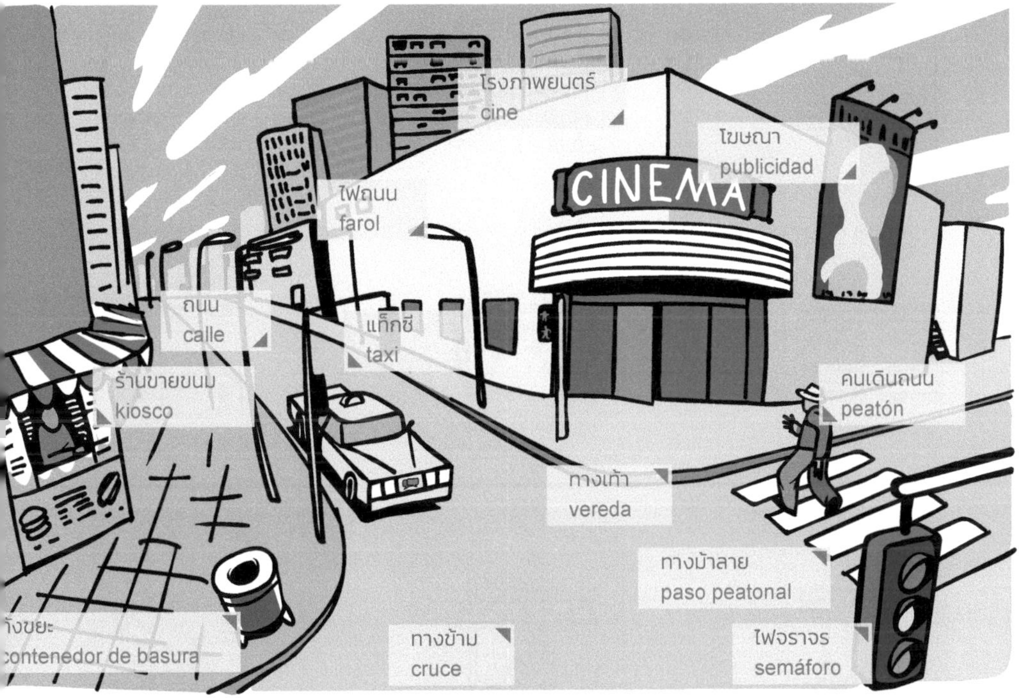

โรงภาพยนตร์
cine
โฆษณา
publicidad
CINEMA
ไฟถนน
farol
ถนน
calle
แท็กซี่
taxi
ร้านขายขนม
kiosco
คนเดินถนน
peatón
ทางเท้า
vereda
ทางม้าลาย
paso peatonal
ังขยะ
contenedor de basura
ทางข้าม
cruce
ไฟจราจร
semáforo

กระท่อม

cabaña

แฟลต

departamento

สถานีรถไฟ

estación de tren

ศาลากลางจังหวัด

municipalidad

พิพิธภัณฑ์

museo

โรงเรียน

colegio

มหาวิทยาลัย
universidad

ธนาคาร
banco

โรงพยาบาล
hospital

โรงแรม
hotel

ร้านขายยา
farmacia

สำนักงาน
oficina

ร้านขายหนังสือ
librería

ร้านค้า
negocio

ร้านขายดอกไม้
florería

ซูเปอร์มาร์เก็ต
supermercado

ตลาด
mercado

ห้างสรรพสินค้า
grandes tiendas

ร้านขายปลา
pescadería

ศูนย์การค้า
centro comercial

ท่าเรือ
puerto

เมือง - ciudad

สวนสาธารณะ

parque

ม้านั่ง

banco

สะพาน

puente

บันได

escaleras

รถไฟใต้ดิน

subte

อุโมงค์

túnel

ป้ายรถเมล์

parada del colectivo

บาร์

bar

ร้านอาหาร

restaurante

ตู้ไปรษณีย์

buzón

ป้ายชื่อถนน

letrero

มิเตอร์เก็บค่าจอดรถ

parquímetro

สวนสัตว์

zoológico

สระว่ายน้ำ

pileta

สุเหร่า/มัสยิด

mezquita

ฟาร์ม

granja

มลพิษ

contaminación

สุสาน

cementerio

โบสถ์

iglesia

สนามเด็กเล่น

juegos infantiles

วัด

templo

ภูมิประเทศ
paisaje

ใบไม้
hoja

ป้ายบอกทาง
poste indicador

ทาง
camino

ทุ่งหญ้า
pradera

ก้อนหิน
piedra

นักเดินทางไกลด้วยเท้า
excursionista

ต้นไม้
árbol

แม่น้ำ
río

หญ้า
hierba

ดอกไม้
flor

หุบเขา
valle

เนินเขา
montaña

ทะเลสาบ
lago

ป่า
bosque

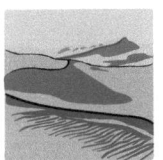

ทะเลทราย
desierto

ภูเขาไฟ
volcán

คฤหาสน์
castillo

รุ้งกินน้ำ
arco iris

เห็ด
champiñón

ต้นปาล์ม
palmera

ยุง
mosquito

แมลงวัน
mosca

มด
hormiga

ผึ้ง
abeja

แมงมุม
araña

แมลงปีกแข็ง

escarabajo

กบ

rana

กระรอก

ardilla

เม่น

erizo

กระต่ายปา

liebre

นกฮูก

lechuza

นก

pájaro

หงส์

cisne

หมูปาตัวผู้

jabalí

กวาง

ciervo

กวางมูส

alce

เขื่อน

presa

กังหันลม

aerogenerador

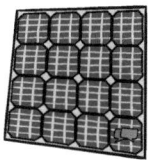

แผงโซล่าเซลล์

panel solar

สภาพอากาศ

clima

ร้านอาหาร

restaurante

บริกรชาย
mozo
รายการอาหาร
menú
เก้าอี้
silla
sopa
pizza
เครื่องใช้บนโต๊ะอาหาร
cubiertos
ผ้าปูโต๊ะ
mantel

อาหารเรียกน้ำย่อย

entrada

อาหารจานหลัก

plato principal

ของหวาน

postre

เครื่องดื่ม

bebidas

อาหาร

comida

ขวด

botella

อาหารจานด่วน

comida rápida

ร้านข้างถนน

comida callejera

กาน้ำชา

tetera

โถใส่น้ำตาล

azucarera

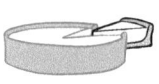

ส่วนแบ่งอาหารสำหรับหนึ่งคน

porción

เครื่องชงกาแฟเอสเปรสโซ่

cafetera expreso

เก้าอี้สูง

sillita alta

ใบเสร็จ

cuenta

ถาด

bandeja

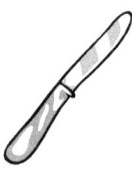

มีด

cuchillo

ส้อม

tenedor

ช้อน

cuchara

ช้อนชา

cucharita

ผ้าเช็ดปากบนโต๊ะอาหาร

servilleta

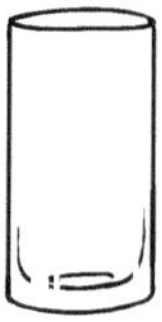

แก้วน้ำ

vaso

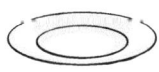

จาน
plato

จานซุป
plato hondo

จานรอง
plato

ซอส
salsa

กระปุกเกลือ
salero

กระปุกบดพริกไทย
molinillo de pimienta

น้ำส้มสายชู
vinagre

น้ำมันที่ใช้ปรุงอาหาร
aceite

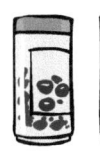

เครื่องเทศ
especias

ซอสมะเขือเทศ
kétchup

มัสตาร์ด
mostaza

มายองเนส
mayonesa

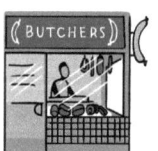

ซูเปอร์มาร์เก็ต
supermercado

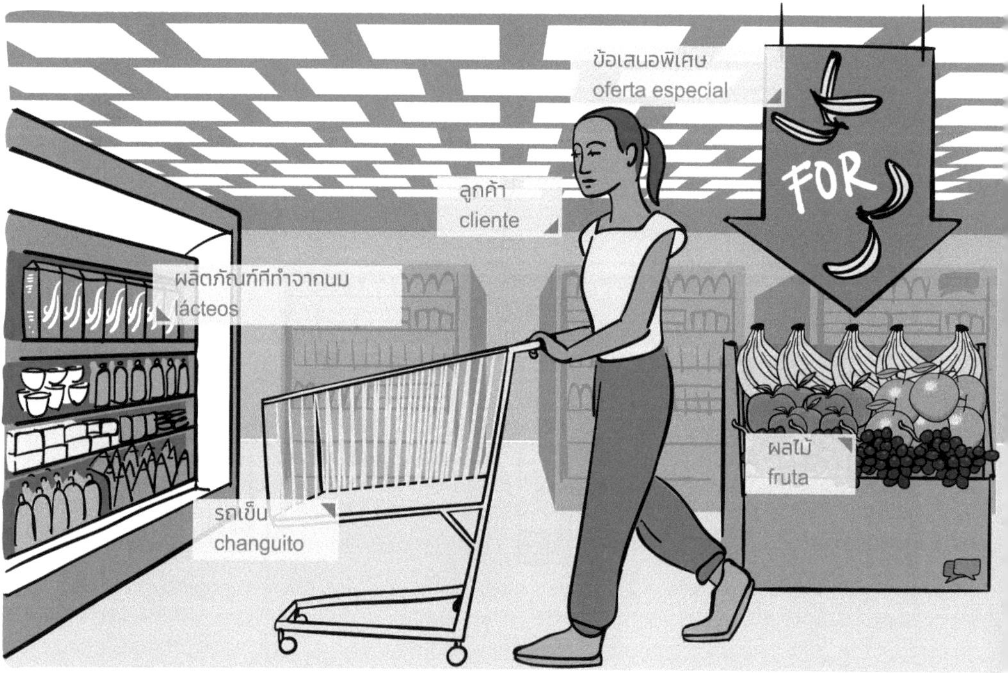

ข้อเสนอพิเศษ
oferta especial
FOR
ลูกค้า
cliente
ผลิตภัณฑ์ที่ทำจากนม
lácteos
ผลไม้
fruta
รถเข็น
changuito

BUTCHERS

ร้านขายเนื้อ

carnicería

BAKERY

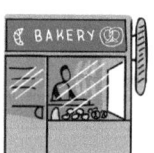

ร้านขายขนมปัง

panadería

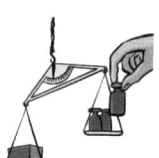

ชั่งน้ำหนัก

pesar

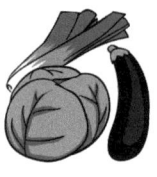

ผัก

verduras

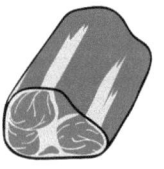

เนื้อ

carne

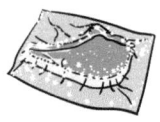

อาหารแช่แข็ง

alimentos congelados

อาหารเนื้อตัดเย็น

fiambres

อาหารกระป๋อง

alimentos enlatados

ผงซักฟอก

detergente en polvo

ขนมหวาน/ลูกกวาด

golosinas

ผลิตภัณฑ์ในครัวเรือน

electrodomésticos

ผลิตภัณฑ์ทำความสะอาด

productos de limpieza

พนักงานขายหญิง

vendedora

เครื่องคิดเงิน

caja

พนักงานจ่ายเงิน

cajero

รายการซื้อของ

lista de compras

เวลาเปิดทำการ

horario de atención

กระเป๋าสตางค์

billetera

บัตรเครดิต

tarjeta de crédito

กระเป๋า

cartera

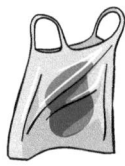

ถุงพลาสติก

bolsa de plástico

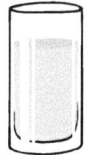

เครื่องดื่ม

bebidas

น้ำเปล่า

agua

น้ำผลไม้

jugo

นม

leche

โค้ก

bebida cola

ไวน์

vino

เบียร์

cerveza

แอลกอฮอล์

alcohol

โกโก้

cacao

ชา

té

กาแฟ

café

เอสเปรสโซ่

café expreso

คาปูชิโน่

cappuccino

อาหาร
comida

กล้วย

banana

แอปเปิ้ล

manzana

ส้ม

naranja

เมลอน

melón

มะนาว

limón

แครอท

zanahoria

กระเทียม

ajo

ต้นไผ่

bambú

หัวหอม

cebolla

เห็ด

champiñón

ถั่ว

nueces

ก๋วยเตี๋ยว

fideos

สปาเก็ตตี
tallarines

ข้าว
arroz

สลัด
ensalada

มันฝรั่งทอด
papas fritas

มันฝรั่งทอด
papas fritas

พิซซ่า
pizza

แฮมเบอร์เกอร์
hamburguesa

แซนด์วิช
sándwich

ชิ้นเนื้อไร้กระดูก
churrasco

แฮม
jamón

ไส้กรอกแห้งซาลามิ
salame

ไส้กรอก
salchicha

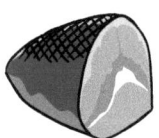

ไก่
pollo

ย่าง/ปิ้ง
asado

ปลา
pescado

โจ๊กข้าวโอ๊ต

copos de avena

ธัญพืชอบกรอบ

muesli

คอร์นเฟล็ค

copos de maiz

แป้งทำอาหาร

harina

ครัวซองค์

medialuna

ขนมปังสโคน

pancito

ขนมปัง

pan

ขนมปังปิ้ง

tostada

บิสกิต

galletitas

เนย

manteca

นมข้น

cuajada

เค้ก

torta

ไข่

huevo

ไข่ดาว

huevo frito

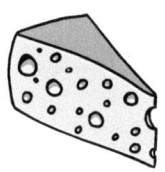

ชีส

queso

ไอศกรีม

helado

น้ำตาล

azúcar

น้ำผึ้ง

miel

แยม

mermelada

ช็อกโกแลตครีมสเปรด

pasta de chocolate

แกงกะหรี่

curry

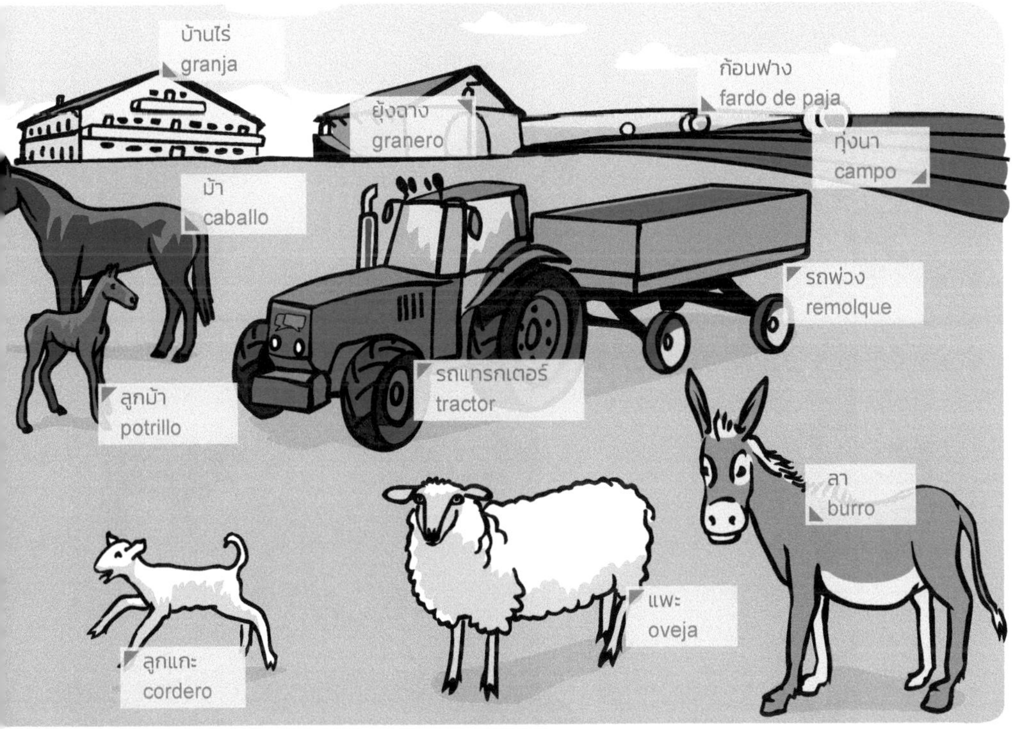

granja

บ้านไร่
granja
ยุ้งฉาง
granero
ก้อนฟาง
fardo de paja
ทุ่งนา
campo
ม้า
caballo
รถพ่วง
remolque
รถแทรกเตอร์
tractor
ลูกม้า
potrillo
ลา
burro
แพะ
oveja
ลูกแกะ
cordero

แพะ

cabra

วัวตัวเมีย

vaca

ลูกวัว

ternero

หมู

cerdo

ลูกหมู

lechón

วัวตัวผู้

toro

ห่าน

ganso

เป็ด

pato

ลูกไก่

pollo

แม่ไก่

gallina

ไก่ตัวผู้

gallo

หนู

rata

แมว

gato

หนู

ratón

วัวตัวผู้สำหรับใช้แรงงานในฟาร์ม

buey

สุนัข

perro

บ้านสุนัข

cucha

สายยางที่ใช้ในสวน

manguera

บัวรดน้ำต้นไม้

regadera

เคียวด้ามยาว

guadaña

คันไถ

arado

เคียว
hoz

จอบ
azada

คราด
horquilla

ค้อน
hacha

รถเข็นล้อเดียว
carretilla

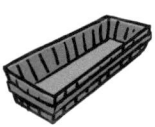

รางน้ำ
abrevadero

ถังใส่นม
lechera

กระสอบ
bolsa

รั้ว
reja

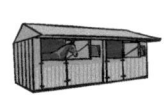

คอกม้า
establo

เรือนกระจก
invernadero

ดิน
suelo

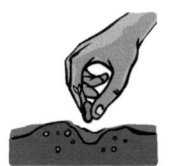

เมล็ดพืช
semilla

ปุ๋ย
fertilizador

เครื่องเกี่ยวนวดข้าว
cosechadora

เก็บเกี่ยว
cosechar

การเก็บเกี่ยว
cosecha

มันเทศ
batatas

ข้าวสาลี
trigo

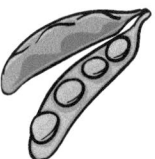

ถั่วเหลือง
soja

มันฝรั่ง
papa

ข้าวโพด
maíz

ดอกเรพซีด
semilla de colza

ต้นไม้ที่ออกผล
árbol frutal

มันสำปะหลัง
mandioca

ธัญพืช
cereales

บ้าน
casa

ปล่องไฟ
chimenea
หลังคา
techo
รางน้ำฝน
caño de desagüe
หน้าต่าง
ventana
โรงรถ
garaje
กริ่งหน้าประตู
timbre
ประตู
puerta
ถังขยะ
tacho de basura
กล่องจดหมาย
buzón
สวน
jardín

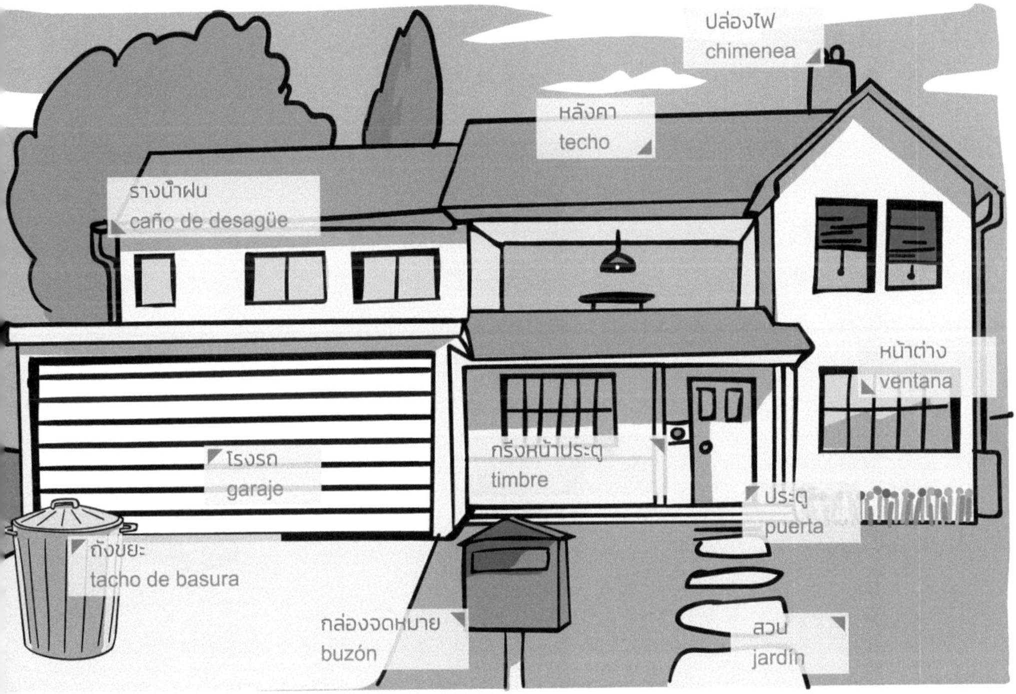

ห้องนั่งเล่น

living

ห้องน้ำ

baño

ห้องครัว

cocina

ห้องนอน

dormitorio

ห้องพักสำหรับเด็ก

cuarto de los chicos

ห้องอาหาร

comedor

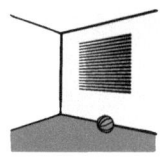

พื้น

piso

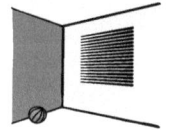

ผนัง

pared

เพดาน

cielorraso

ห้องเก็บของใต้ดิน

sótano

ซาวน่า

sauna

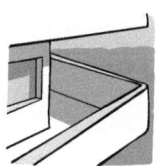

ระเบียง

balcón

ลานตะพักลำน้ำ

terraza

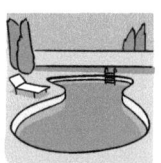

สระว่ายน้ำ

pileta

เครื่องตัดหญ้า

cortadora de pasto

ผ้าปูที่นอน

sábana

ผ้าคลุมเตียง

acolchado

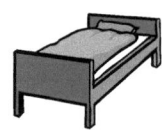

เตียง

cama

ไม้กวาด

escoba

ถังน้ำ

balde

สวิตช์

interruptor

ห้องนั่งเล่น
living

วอลเปเปอร์
empapelado
ภาพ
imagen
โคมไฟ
lámpara
ชั้นวาง
estante
ตู้
armario
โทรทัศน์
televisión
เตาผิง
chimenea
ดอกไม้
flor
เบาะ
almohadón
โซฟา
sofá
แจกัน
florero
รีโมทคอนโทรล
control remoto

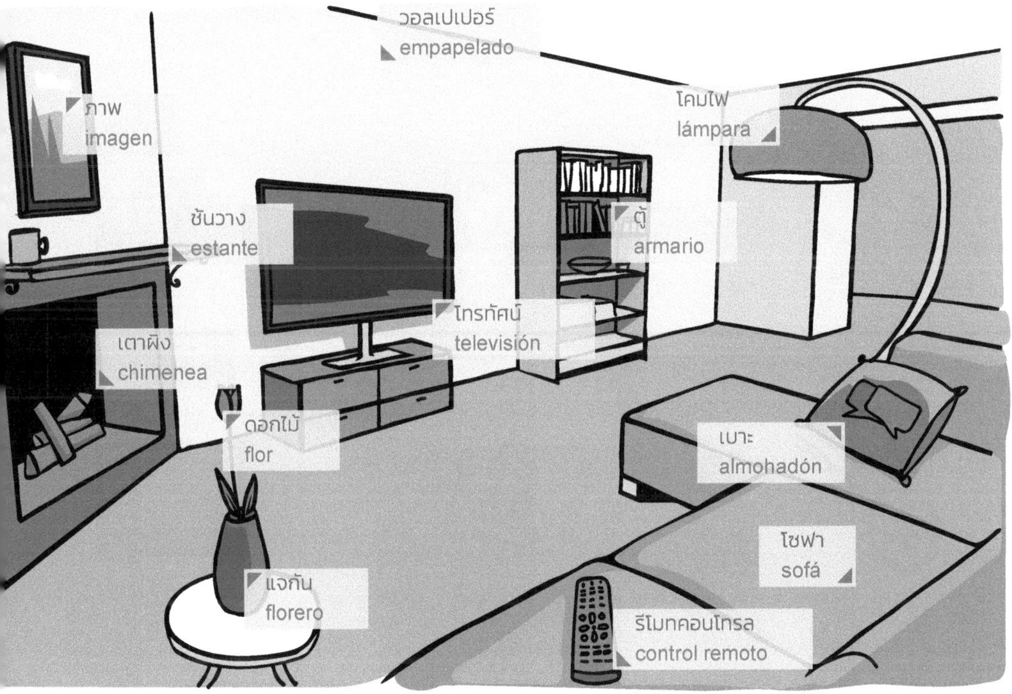

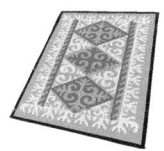

พรมเช็ดเท้า

alfombra

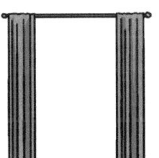

ผ้าม่าน

cortina

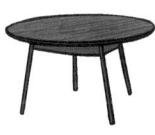

โต๊ะ

mesa

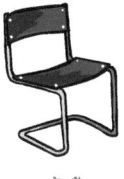

เก้าอี้

silla

เก้าอี้โยก

mecedora

เก้าอี้ที่มีที่วางแขน

sillón

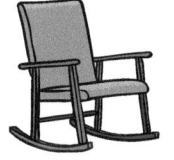

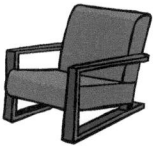

หนังสือ
libro

ผ้าห่ม
frazada

ของตกแต่ง
decoración

ฟืน
leña

ภาพยนตร์
película

เครื่องเสียงระบบไฮไฟ
equipo de música

กุญแจ
llave

หนังสือพิมพ์
diario

จิตรกรรม
pintura

โปสเตอร์
póster

วิทยุ
radio

สมุด
cuaderno

เครื่องดูดฝุ่น
aspiradora

ตะบองเพชร
cactus

เทียนไข
vela

ห้องครัว

cocina

ตู้เย็น
heladera
ไมโครเวฟ
microondas
เครื่องชั่งน้ำหนักอาหาร
balanza de cocina
เครื่องปิ้งขนมปัง
tostadora
ผงซักฟอก
detergente
เตาอบ
horno
ช่องแข็งในตู้เย็น
freezer
ถังขยะ
tacho de basura
เครื่องล้างจาน
lavaplatos

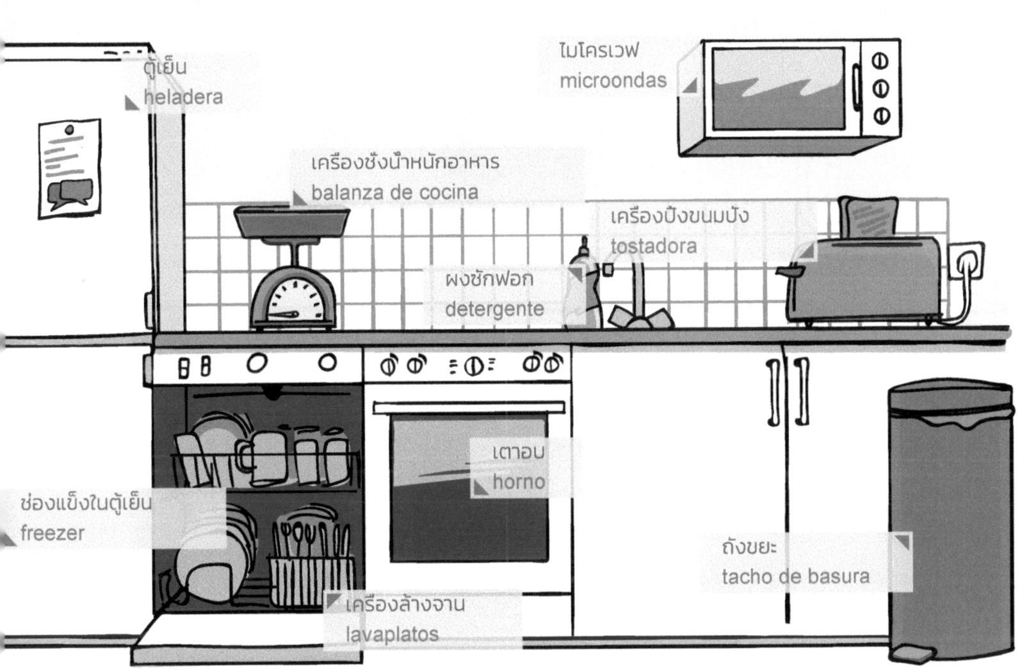

เตาปรุงอาหาร

cocina

หม้อ

olla

หม้อเหล็กหล่อ

olla de hierro fundido

กระทะจีน

wok

กระทะ

sartén

กาต้มน้ำ

pava

หม้อไอน้ำ

vaporera

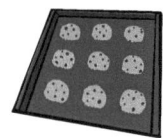

ถาดอบ

bandeja de horno

เครื่องถ้วยชาม

vajilla

เหยือก

taza

ชาม

bol

ตะเกียบ

palitos

ทัพพีด้ามยาว

cucharón

ตะหลิว

estpátula

ที่ตีไข่

batidora

ที่กรอง

colador

กระชอน

colador

ที่ขูด

rallador

ครก

mortero

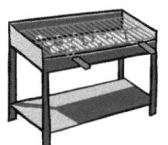

บาร์บีคิว

parrilla

แคมป์ไฟถาวร

fogata

เขียง
....
tabla de picar

ไม้นวดแป้ง
....
palo de amasar

สว่านเปิดจุกขวด
....
sacacorchos

กระป๋อง
....
lata

ทีเปิดกระป๋อง
....
abrelatas

ถุงมือจับของร้อน
....
manopla

อ่างล้างจาน
....
pileta

แปรง
....
cepillo

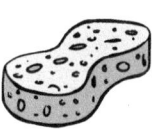

ฟองน้ำ
....
esponja

เครื่องปั่น
....
batidora

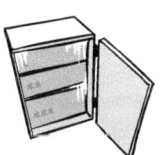

ตู้แช่แข็ง
....
congelador

ขวดนม
....
mamadera

ก๊อกน้ำ
....
canilla

ห้องน้ำ

baño

เครื่องทำความร้อน
calefacción
ผ้าเช็ดมือ
toalla
ฝักบัว
ducha
ม่านห้องน้ำ
cortina de ducha
สบู่ทำฟอง
baño de espuma
อ่างอาบน้ำ
bañadera
แก้วน้ำ
vaso
เครื่องซักผ้า
lavarropas
ก๊อกน้ำ
canilla
กระเบื้อง
baldosas
โถส้วมสำหรับเด็ก
pelela
อ่างล้างจาน
pileta

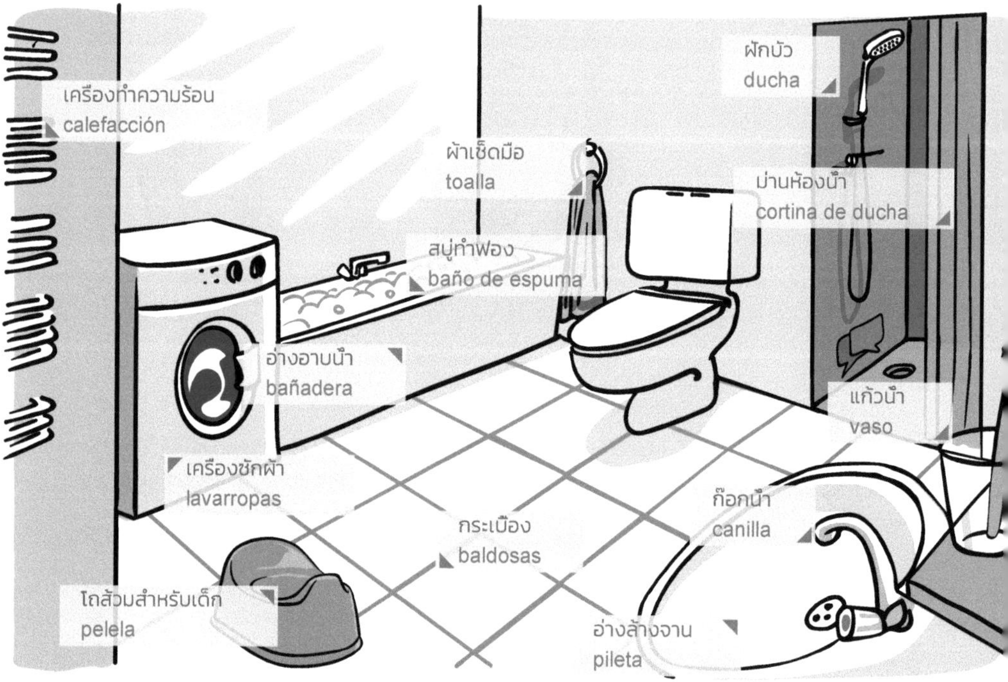

ห้องส้วม

inodoro

ส้วมนั่งยอง

letrina

โถปัสสาวะหญิง

bidé

โถปัสสาวะชาย

mingitorio

กระดาษชำระสำหรับใช้ในห้องน้ำ

papel higiénico

แปรงขัดห้องน้ำ

cepillo para el inodoro

38 ห้องน้ำ - baño

แปรงสีฟัน

cepillo de dientes

ยาสีฟัน

dentífrico

ไหมขัดฟัน

hilo dental

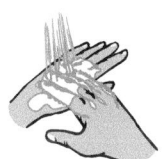

ล้าง

lavar

ฝักบัวมือ

ducha de mano

สายฉีดชำระ

ducha higiénica

อ่างล้างหน้า

palangana

แปรงถูหลัง

cepillo para espalda

สบู่

jabón

เจลอาบน้ำ

gel de ducha

แชมพู

shampoo

ผ้าสักหลาด

toallita

ท่อระบายน้ำทิ้ง

desagüe

ครีม

crema

ผลิตภัณฑ์ระงับกลิ่นตัว

desodorante

กระจก

espejo

กระจกถือ

espejito

ที่โกนหนวด

maquinita de afeitar

โฟมโกนหนวด

espuma de afeitar

โลชั่นบำรุงผิวหลังโกนหนวด

aftershave

หวี

peine

แปรง

cepillo

ไดร์เป่าผม

secador de pelo

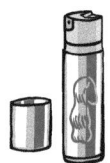

สเปรย์ฉีดผม

spray

ชุดเครื่องสำอาง

maquillaje

ลิปสติก

lápiz de labios

น้ำยาทาเล็บ

esmalte para uñas

สำลี

algodón

กรรไกรตัดเล็บ

tijera para uñas

น้ำหอม

perfume

กระเป๋าอาบน้ำ

portacosméticos

เก้าอี้สามขา

banqueta

เครื่องชั่งน้ำหนัก

balanza

เสื้อคลุมอาบน้ำ

bata

ถุงมือยาง

guantes de goma

ผ้าอนามัยแบบสอด

tampón

ผ้าอนามัย

toallita femenina

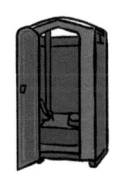

ส้วมเคมี

baño químico

ห้องพักสำหรับเด็ก

cuarto de los chicos

นาฬิกาปลุก
despertador
ของเล่นน่ารักน่ากอด
peluche
รถยนต์ของเล่น
coche de juguete
ของเล่นประเภทเขย่าแล้วมีเสียง
sonajero
บ้านตุ๊กตา
casa de muñecas
ของขวัญ
regalo

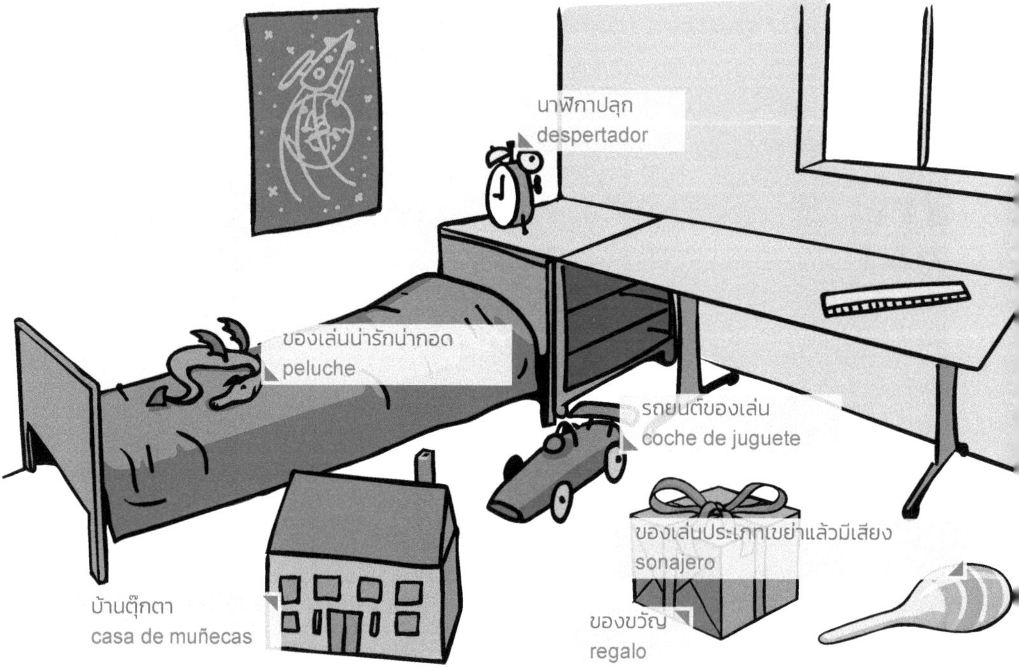

ลูกโป่ง

globo

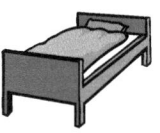

เตียง

cama

รถเข็นเด็ก

cochecito

สำรับไพ่

cartas

จิ๊กซอว์

rompecabezas

หนังสือการ์ตูน

historieta

ตัวต่อเลโก้

piezas de lego

บล็อกของเล่น

ladrillos de juguete

ฟิกเกอร์แบบขยับท่าทางได้

figura de acción

เสื้อผ้าทารก

enterito (de bebé)

จานร่อน

frisbee

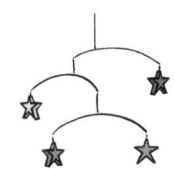

โมบายแขวนหัวเตียงเด็ก

móvil para bebés

เกมกระดาน

juego de mesa

ลูกเต๋า

dados

ชุดรถไฟจำลอง

tren eléctrico

หุ่น

chupete

ปาร์ตี้

fiesta

หนังสือภาพ

libro de cuentos ilustrado

ลูกบอล

pelota

ตุ๊กตา

muñeca

เล่น

jugar

หลุมทราย
arenero

ชิงช้า
hamaca

ของเล่น
juguetes

เครื่องเล่นวิดีโอเกม
consola de videojuegos

รถจักรยานสามล้อ
triciclo

ตุ๊กตาหมี
osito de peluche

ตู้เสื้อผ้า
armario

เสื้อผ้า

ropa

ถุงเท้า
medias

ถุงน่อง
medias panty

กางเกงรัดรูป
calzas

ผ้าพันคอ
bufanda
ร่ม
paraguas
เสื้อยืดคอกลม
remera
เข็มขัด
cinturón
ร้องเท้าบูท
botas
รองเท้าสวมเดินในบ้าน
pantuflas
รองเท้ากีฬา
zapatillas

รองเท้าแตะ

sandalias

รองเท้า

zapatos

ร้องเท้าบูทยาง

botas de goma

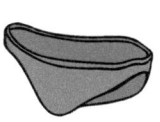

กางเกงชั้นใน

ropa interior

ยกทรง

corpiño

เสื้อกล้าม

chaleco

เสื้อรัดรูป
body

กางเกงขายาว
pantalones

กางเกงยีน
jeans

กระโปรง
pollera

เสื้อเชิ้ตสตรี
blusa

เสื้อเชิ้ต
camisa

เสื้อกันหนาว
pulóver

เสื้อคลุมมีหมวก
buzo

เสื้อเบลเซอร์
blazer

เสื้อแจ็กเก็ต
campera

เสื้อโค้ท
tapado

เสื้อกันฝน
piloto

เครื่องแต่งกาย
traje

ชุดเดรส
vestido

ชุดแต่งงาน
vestido de novia

เสื้อสูท

traje

ชุดราตรี

camisón

ชุดนอน

pijama

ผ้าส่าหรี

sari

ฮิญาบ

pañuelo para cabeza

ผ้าโพกศรีษะ

turbante

เสื้อบุรุเกาะ

burka

เสื้อคลุมคาฟตาน

caftán

เสื้อคลุมอบายะห์

abaya

ชุดว่ายน้ำ

traje de baño

กางเกงว่ายน้ำ

short de baño

กางเกงขาสั้น

shorts

ชุดวอร์ม

jogging

ผ้ากันเปื้อน

delantal

ถุงมือ

guantes

กระดุม
botón

แว่นตา
anteojos

กำไลข้อมือ
pulsera

สร้อยคอ
collar

แหวน
anillo

ต่างหู
aro

หมวกแก๊ป
gorra

ที่แขวนเสื้อโค้ท
percha

หมวกปีกกว้าง
sombrero

เนคไท
corbata

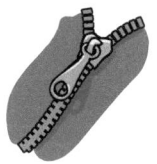

ซิป
cierre

หมวกกันน็อก
casco

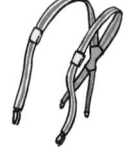

สายโยงกางเกง
tiradores

ชุดนักเรียน
uniforme escolar

เครื่องแบบ
uniforme

ผ้ากันเปื้อนเด็ก

babero

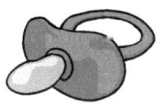

หุ่น

chupete

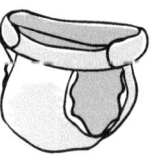

ผ้าอ้อม

pañal

สำนักงาน

oficina

เซิร์ฟเวอร์
servidor
ตู้เก็บเอกสาร
archivero
ปริ้นเตอร์/เครื่องพิมพ์
impresora
กระดาษ
papel
หน้าจอ
monitor
เมาส์
mouse
โต๊ะทำงาน
escritorio
แฟ้ม
carpeta
แป้นพิมพ์
teclado
เก้าอี้
silla
าใส่เศษกระดาษที่ไม่ใช้แล้ว
(de basura)
คอมพิวเตอร์
computadora

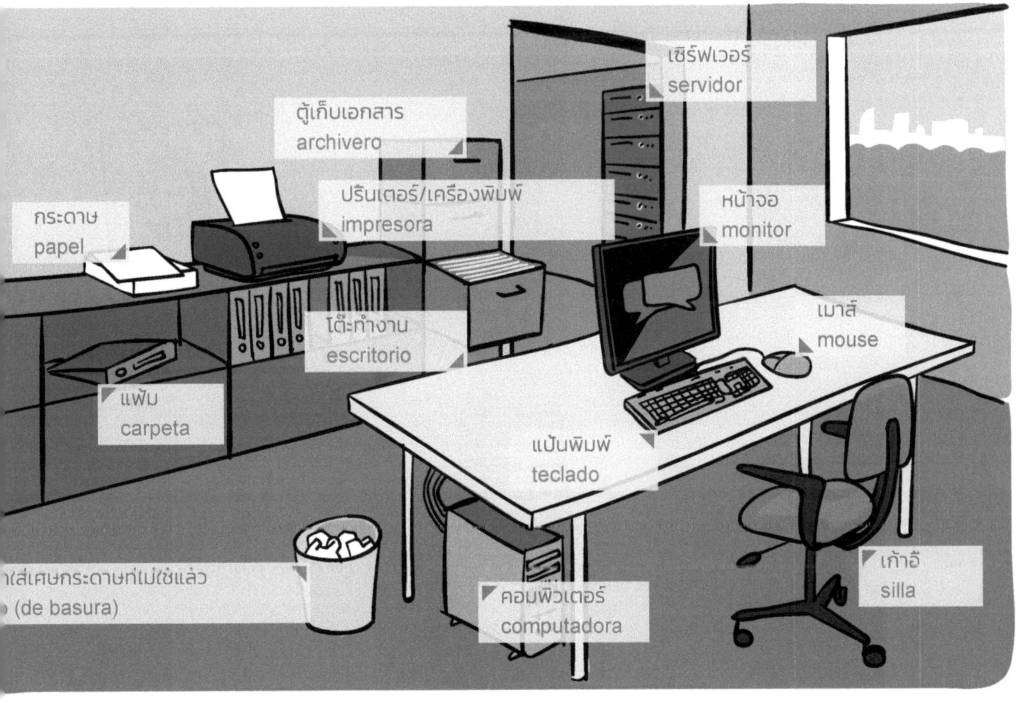

แก้วมัคใส่กาแฟ

taza de café

เครื่องคิดเลข

calculadora

อินเตอร์เน็ต

internet

คอมพิวเตอร์แบบพกพา

laptop

จดหมาย

carta

ข้อความ

mensaje

โทรศัพท์มือถือ

celular

เครือข่าย

red

เครื่องถ่ายเอกสาร

fotocopiadora

ซอฟต์แวร์

software

โทรศัพท์

teléfono

ปลั๊กตัวเมีย/เต้าเสียบ

tomacorriente

เครื่องแฟกซ์

fax

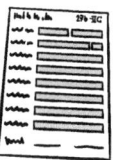

แบบฟอร์ม

formulario

เอกสาร

documento

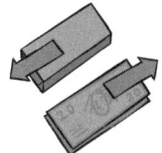

ซื้อ

comprar

จ่าย

pagar

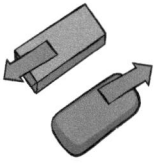

แลกเปลี่ยน

hacer negocios

เงิน

dinero

ดอลลาร์

dólar

ยูโร

euro

เยน

yen

รูเบิล

rublo

ฟรังก์สวิส

franco suizo

หยวนเหรินหมินปี้

yuan

รูปี

rupia

เครื่องสำหรับกดเงินสดจากธนาคาร

cajero automático

สำนักงานแลกเปลี่ยนเงินตรา

casa de cambio

ทอง

oro

เงิน

plata

น้ำมัน

petróleo

พลังงาน

energía

ราคา

precio

สัญญา

contrato

ภาษี

impuesto

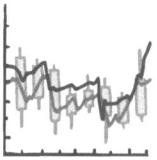

หุ้น

acción

ทำงาน

trabajar

ลูกจ้าง

empleado

นายจ้าง

empleador

โรงงาน

fábrica

ร้านค้า

negocio

อาชีพ
ocupaciones

เจ้าหน้าที่ตำรวจ
policía
พนักงานดับเพลิง
bombero
พ่อครัว
cocinero
หมอ
médico
นักบิน
piloto

ชาวสวน

jardinero

ช่างไม้

carpintero

ช่างเย็บผ้าที่เป็นผู้หญิง

modista

ผู้พิพากษา

juez

นักเคมี

farmacéutico

นักแสดงชาย

actor

คนขับรถประจำทาง

colectivero

คนขับรถแท็กซี่

taxista

ชาวประมง

pescador

แม่บ้านทำความสะอาด

mucama

ช่างมุงหลังคา

techista

บริกรชาย

mozo

นายพราน

cazador

จิตรกร

pintor

คนทำขนมปัง

panadero

ช่างไฟฟ้า

electricista

ช่างก่อสร้าง

albañil

วิศวกร

ingeniero

คนขายเนือ

carnicero

ช่างประปา

plomero

บุรุษไปรษณีย์

cartero

ทหาร
soldado

สถาปนิก
arquitecto

พนักงานจ่ายเงิน
cajero

คนขายดอกไม้
florista

ช่างทำผม
peluquero

พนักงานตรวจตั๋ว
cobrador

ช่างซ่อมรถยนต์
mecánico

กัปตัน
capitán

ทันตแพทย์
dentista

นักวิทยาศาสตร์
científico

แรบไบ
rabino

อิหม่าม
imán

พระ
monje

พระ/นักบวช
sacerdote

เครื่องมือ
herramientas

คีม
tenaza
martillo
destornillador
ประแจ
llave
ไฟฉาย
linterna

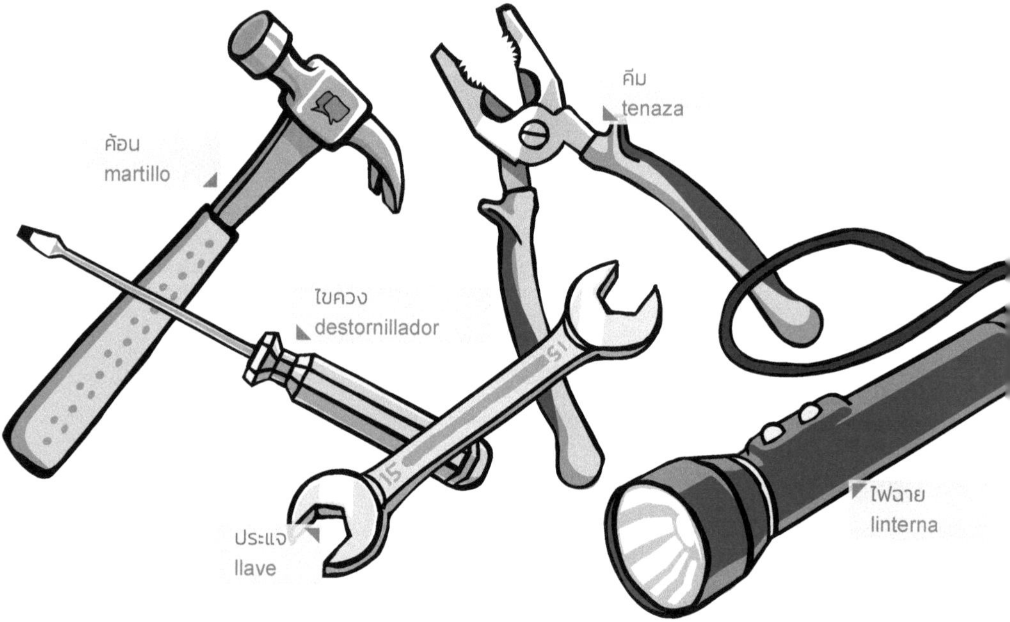

เครื่องขุด

excavadora

กล่องเครื่องมือ

caja de herramientas

กระได

escalera portátil

เลื่อย

sierra

ตะปู

clavos

สว่าน

taladro

ซ่อมแซม

arreglar

พลั่ว

pala de jardín

ตายห่า!

¡Qué bronca!

ที่โกยขยะ

pala de plástico

ถังสี

tacho de pintura

สกรู

tornillos

เครื่องดนตรี

instrumentos musicales

ลำโพง
parlante
กลองชุด
batería
กีตาร์
guitarra
ดับเบิลเบส
contrabajo
ทรัมเป็ต
trompeta

เปียโน
piano

ไวโอลิน
violín

เบส
bajo

กลองทิมปานี
timbales

กลอง
tambor

คีย์บอร์ด
teclado

แซ็กโซโฟน
saxofón

ฟลูต
flauta

ไมโครโฟน
micrófono

เครื่องดนตรี - instrumentos musicales

สวนสัตว์
zoológico

ทางเข้า
entrada
เสือ
tigre
กรง
jaula
ม้าลาย
cebra
alimento para animales
หมีแพนด้า
oso panda

สัตว์
animales

ช้าง
elefante

จิงโจ้
canguro

แรด
rinoceronte

กอริลล่า
gorila

หมี
oso

อูฐ

camello

นกกระจอกเทศ

avestruz

สิงโต

león

ลิง

mono

นกฟลามิงโก

flamenco

นกแก้ว

loro

หมีขั้วโลก

oso polar

เพนกวิน

pingüino

ฉลาม

tiburón

นกยูง

pavo real

งู

serpiente

จระเข้

cocodrilo

ผู้ดูแลสัตว์

cuidador del zoológico

แมวน้ำ

foca

เสือจากัวร์

jaguar

ม้าพันธุ์เล็ก
poni

เสือดาว
leopardo

ฮิปโป
hipopótamo

ยีราฟ
jirafa

เหยี่ยว
águila

หมูป่าตัวผู้
jabalí

ปลา
pescado

เต่า
tortuga

ช้างน้ำ
morsa

จิ้งจอก
zorro

กาเซลล์
gacela

อเมริกันฟุตบอล
fútbol americano

ขี่จักรยาน
ciclismo

เทนนิส
tenis

บาสเกตบอล
básquet

ว่ายน้ำ
natación

มวย
boxeo

ฮอกกี้น้ำแข็ง
hockey sobre hielo

ฟุตบอล
fútbol

แบดมินตัน
bádminton

กรีฑา
atletismo

แฮนด์บอล
handball

สกี
esquí

กีฬาโปโลน้ำ
polo

กิจกรรม
actividades

หัวเราะ
reír
กระโดด
saltar
กอด
abrazar
เดิน
caminar
ร้องเพลง
cantar
ฝัน
soñar
ภาวนา/สวดมนต์
rezar
จูบ
besar

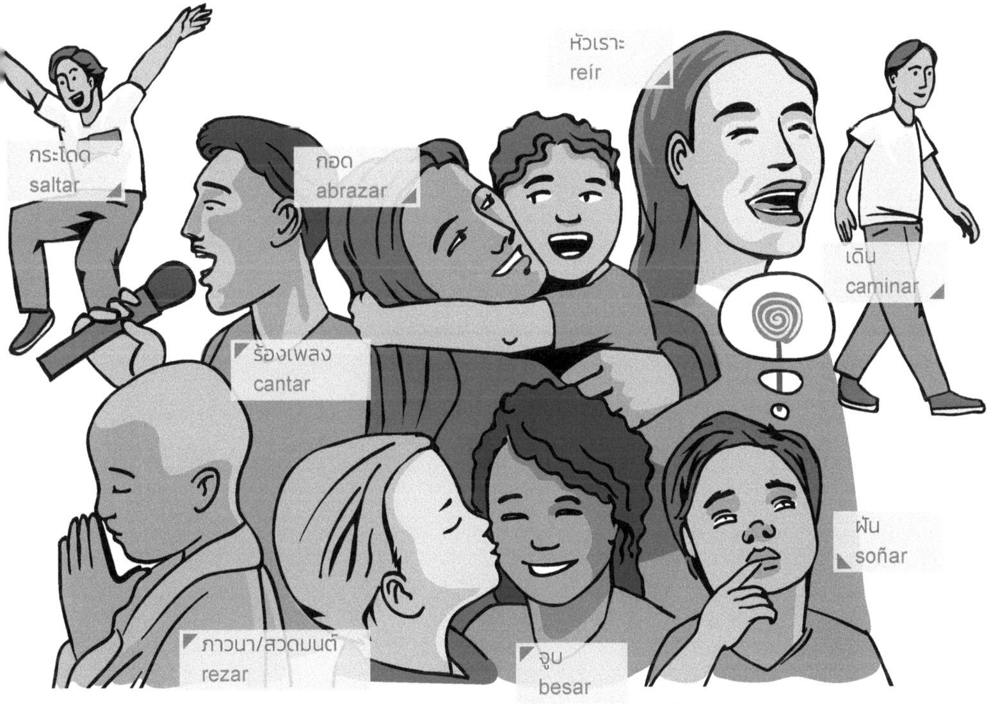

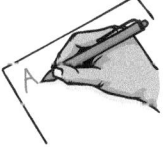

เขียน
escribir

วาดภาพ
dibujar

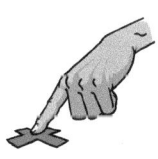

แสดง
mostrar

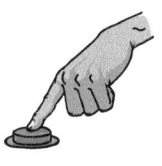

ผลัก
presionar

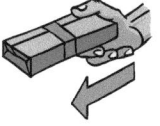

ให้
dar

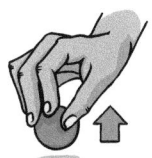

เอาไป
tomar

มี
tener

ทำ
hacer

เป็น
ser

ยืน
estar parado

วิ่ง
correr

ดึง
tirar

โยน
tirar

ตก/หล่น
caer

นอนเหยียดยาว
estar acostado

รอคอย
esperar

ถือ
llevar

นั่ง
estar sentado

แต่งตัว
vestirse

นอนหลับ
dormir

ตื่น
despertar

มองดู

mirar

ร้องไห้

llorar

ลูบ

acariciar

หวีผม

peinar

พูดคุย

hablar

เข้าใจ

entender

ถาม

preguntar

ฟัง

escuchar

ดื่ม

beber

กิน

comer

จัดให้เป็นระเบียบ

ordenar

รัก

amar

ทำอาหาร

cocinar

ขับรถ

manejar

บิน

volar

ล่องเรือ

navegar

คำนวณ

calcular

อ่าน

leer

เรียนรู้

aprender

ทำงาน

trabajar

แต่งงาน

casarse

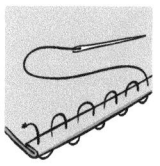

เย็บ

coser

แปรงฟัน

cepillarse los dientes

ฆ่า

matar

สูบบุหรี่

fumar

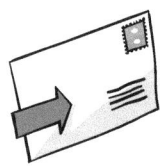

ส่ง

enviar

ครอบครัว
familia

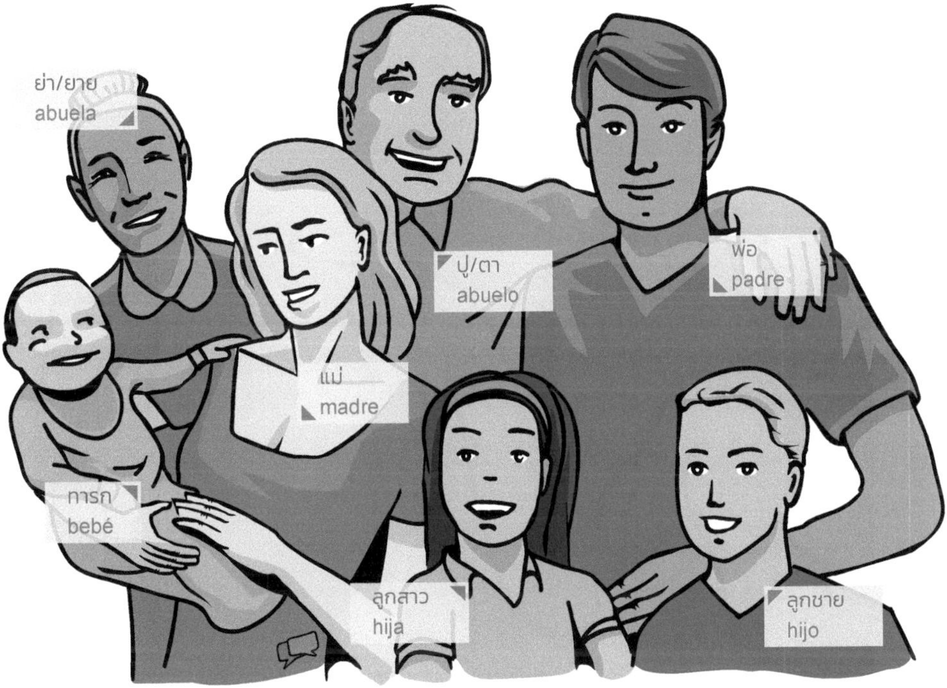
ย่า/ยาย
abuela
ปู่/ตา
abuelo
พ่อ
padre
แม่
madre
ทารก
bebé
ลูกสาว
hija
ลูกชาย
hijo

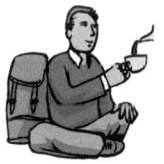

แขก
....
invitado

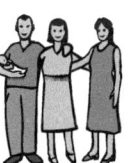

ป้า
....
tía

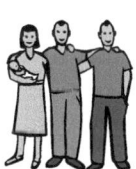

ลุง
....
tío

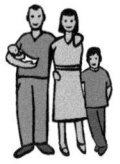

พี่ชาย/น้องชาย
....
hermano

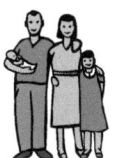

พี่สาว/น้องสาว
....
hermana

ร่างกาย

cuerpo

หน้าผาก
frente
ตา
ojo
ไหล่
hombro
นิ้วมือ
dedo
ใบหน้า
cara
คาง
pera
มือ
mano
หน้าอก
pecho
ขา
pierna
แขน
brazo

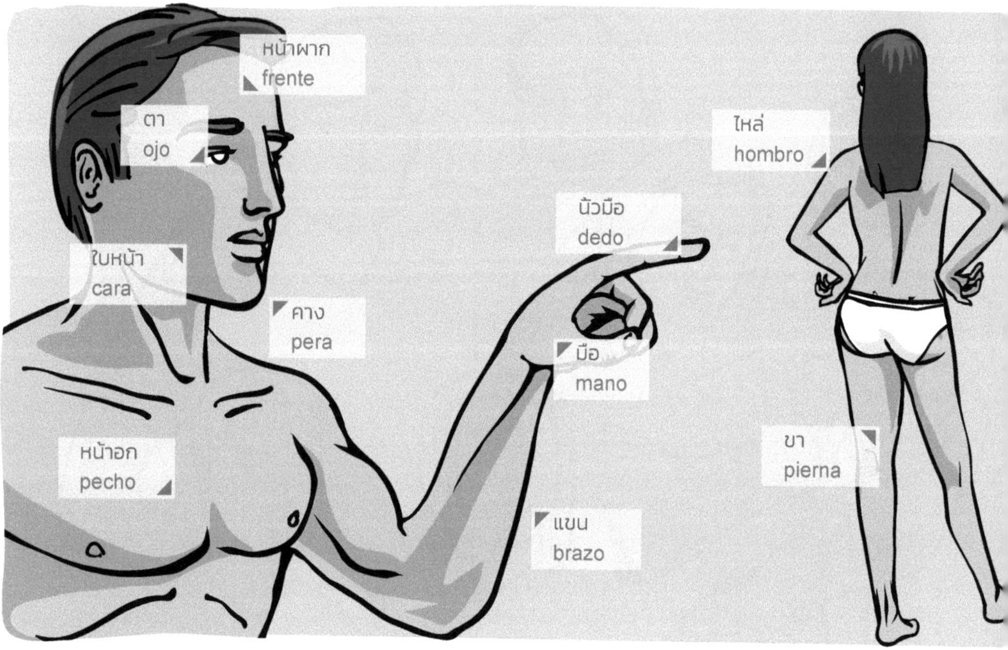

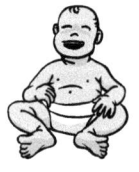

ทารก

bebé

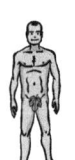

ผู้ชาย

hombre

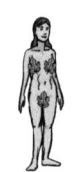

ผู้หญิง

mujer

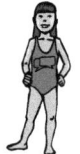

เด็กผู้หญิง

nena

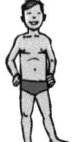

เด็กผู้ชาย

nene

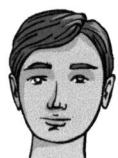

ศีรษะ

cabeza

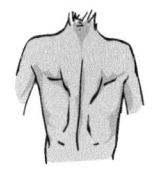

หลัง

espalda

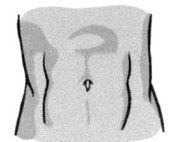

ท้อง

panza

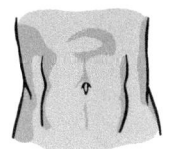

สะดือ

ombligo

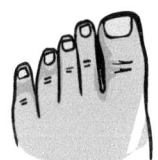

นิ้วเท้า

dedo del pie

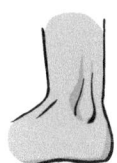

ส้นเท้า

talón

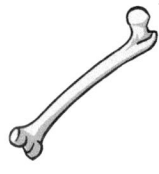

กระดูก

hueso

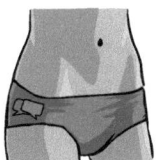

สะโพก

cadera

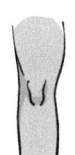

หัวเข่า

rodilla

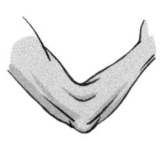

ข้อศอก

codo

จมูก

nariz

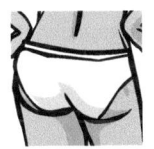

ก้น

cola

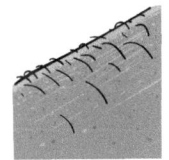

ผิวหนัง

piel

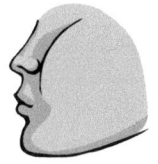

แก้ม

cachete

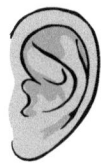

หู

oreja

ริมฝีปาก

labio

ปาก

boca

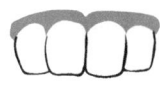

ฟัน

diente

ลิ้น

lengua

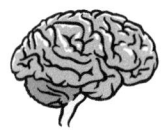

สมอง

cerebro

หัวใจ

corazón

กล้ามเนื้อ

músculo

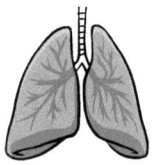

ปอด

pulmón

ตับ

hígado

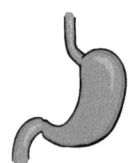

กระเพาะ

estómago

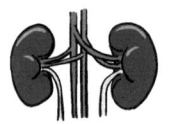

ไต

riñones

เพศสัมพันธ์

sexo

ถุงยาง

preservativo

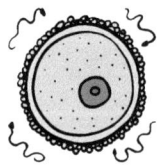

เซลล์ไข่

óvulo

น้ำอสุจิ

semen

การตั้งครรภ์

embarazo

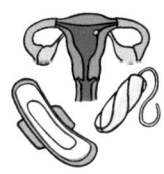

ประจำเดือน

menstruación

ช่องคลอด

vagina

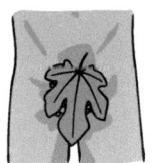

องคชาต

pene

คิ้ว

ceja

เส้นผม

pelo

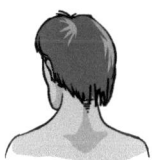

คอ

cuello

โรงพยาบาล
hospital

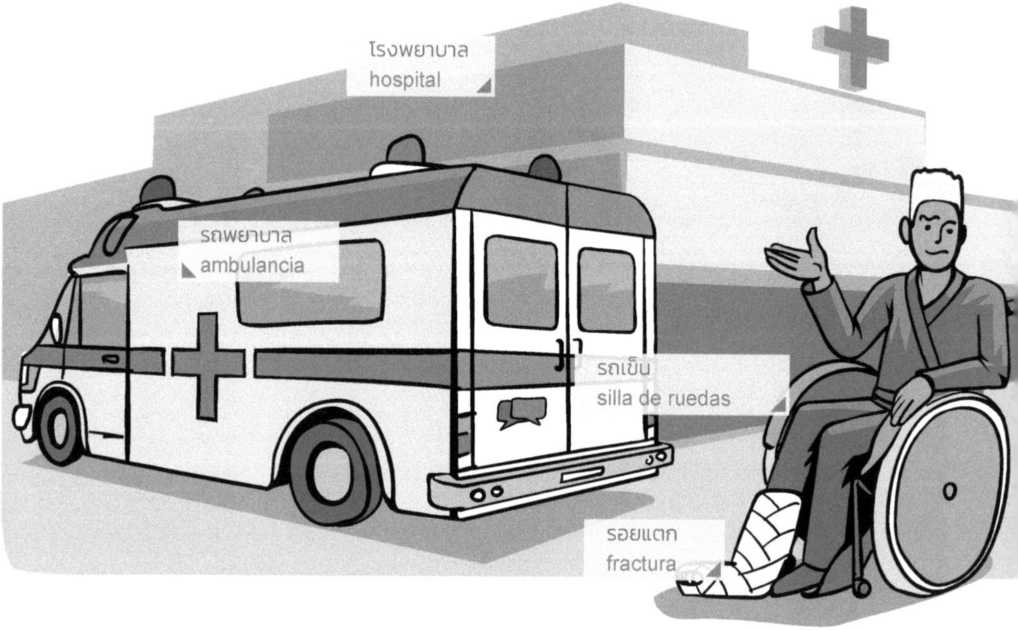

โรงพยาบาล
hospital
รถพยาบาล
ambulancia
รถเข็น
silla de ruedas
รอยแตก
fractura

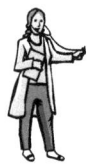

หมอ

médico

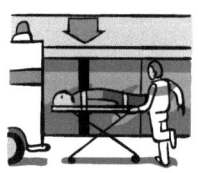

ห้องฉุกเฉิน

sala de guardia

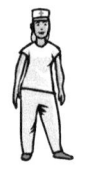

พยาบาล

enfermera

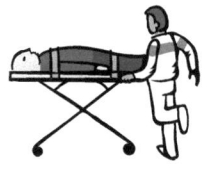

ฉุกเฉิน

emergencia

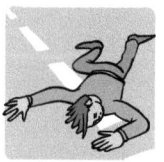

หมดสติ

inconsciente

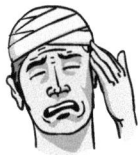

อาการเจ็บปวด

dolor

การบาดเจ็บ

lesión

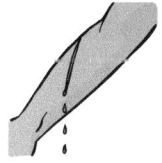

เลือดไหล

hemorragia

หัวใจวาย

infarto

โรคหลอดเลือดในสมอง

ACV

โรคภูมิแพ้

alergia

ไอ

tos

ไข้

fiebre

ไข้หวัด

gripe

ท้องเสีย

diarrea

การปวดหัว

dolor de cabeza

มะเร็ง

cáncer

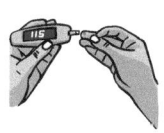

โรคเบาหวาน

diabetes

ศัลยแพทย์

cirujano

มีดผ่าตัด

bisturí

การผ่าตัด

operación

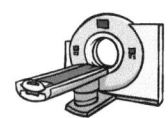

เครื่องเอกซเรย์คอมพิวเตอร์ควา
มเร็วสูง

TC

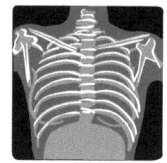

เอกซเรย์

rayos x

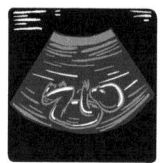

อัลตราซาวด์

ecografía

หน้ากากอนามัย

barbijo

โรค

enfermedad

ห้องรอตรวจ

sala de espera

ไม้เท้า

muleta

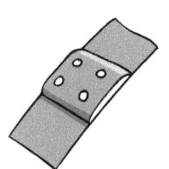

ปลาสเตอร์ยา

curita

ผ้าพันแผล

venda

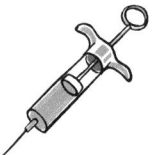

ฉีดยา

inyección

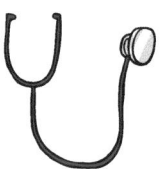

เครื่องฟังตรวจ

estetoscopio

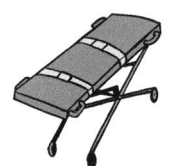

เปลหาม

camilla

ปรอทวัดไข้

termómetro

การเกิด

nacimiento

น้ำหนักเกิน

sobrepeso

เครื่องช่วยฟัง
audífono

สารฆ่าเชื้อ
desinfectante

การติดเชื้อ
infección

ไวรัส
virus

เอชไอวี/เอดส์
VIH / SIDA

ยา
remedio

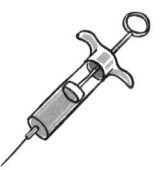

การฉีดวัคซีน
vacunación

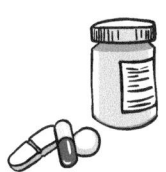

ยาเม็ด
comprimidos

ยาเม็ดกลม
pastilla anticonceptiva

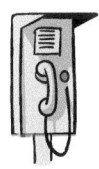

โทรออกฉุกเฉิน
lamada de emergencia

เครื่องวัดความดันโลหิต
tensiómetro

ป่วย/ สุขภาพดี
enfermo / sano

ฉุกเฉิน

emergencia

ช่วยด้วย!

¡Ayuda!

สัญญาณเตือนภัย

alarma

การทำร้าย

agresión

การโจมตี

ataque

อันตราย

peligro

ทางออกฉุกเฉิน

salida de emergencia

ไฟไหม้!

¡Fuego!

ถังดับเพลิง

matafuego

อุบัติเหตุ

accidente

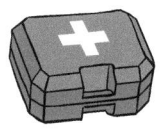

ชุดปฐมพยาบาลเบื้องต้น

botiquín de primeros auxilios

สัญญาณขอความช่วยเหลือ

SOS

ตำรวจ

policía

ยุโรป

Europa

อเมริกาเหนือ

América del Norte

อเมริกาใต้

América del Sur

แอฟริกา

África

เอเชีย

Asia

ออสเตรเลีย

Australia

แอตแลนติก

Atlántico

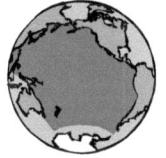

แปซิฟิก

Pacífico

มหาสมุทรอินเดีย

Océano Índico

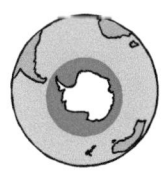

มหาสมุทรแอนตาร์กติก

Océano Antártico

มหาสมุทรอาร์กติก

Océano Ártico

ขั้วโลกเหนือ

polo norte

ขั้วโลกใต้

polo sur

แอนตาร์กติกา

Antártida

โลก

Tierra

พื้นดิน

tierra

ทะเล

mar

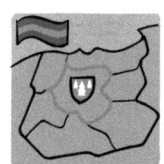

เกาะ

isla

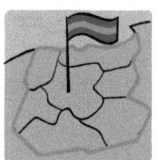

ชาติ/ประชาชาติ

nación

รัฐ

estado

นาฬิกา
reloj

หน้าปัดนาฬิกา

esfera

เข็มชั่วโมง

manecilla de las horas

เข็มนาที

minutero

เข็มวินาที

segundero

กี่โมงแล้ว?

¿Qué hora es?

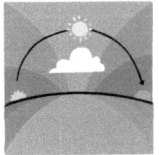

วัน

día

เวลา

hora

ตอนนี้

ahora

นาฬิกาดิจิตอล

reloj digital

นาที

minuto

ชั่วโมง

hora

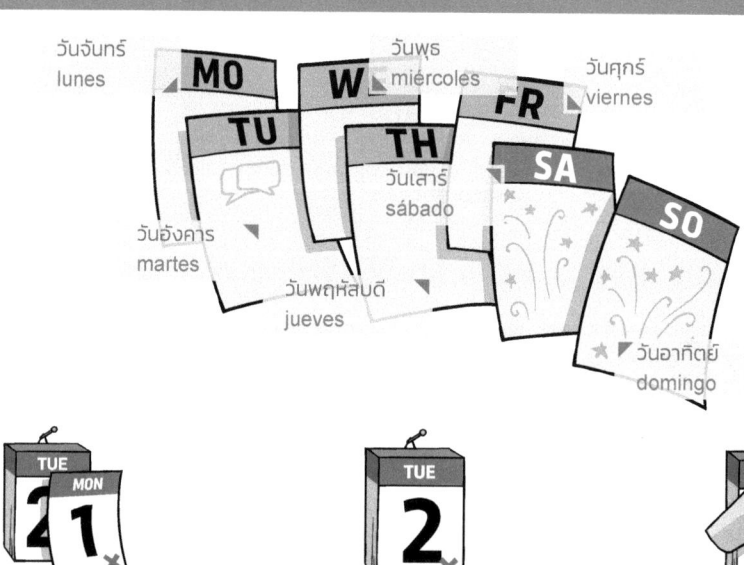

สัปดาห์

semana

วันจันทร์
lunes
วันอังคาร
martes
วันพุธ
miércoles
วันพฤหัสบดี
jueves
วันศุกร์
viernes
วันเสาร์
sábado
SA
วันอาทิตย์
domingo

เมื่อวาน

ayer

วันนี้

hoy

พรุ่งนี้

mañana

ตอนเช้า

mañana

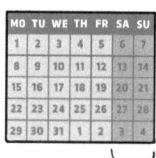

ตอนเที่ยง

mediodía

ตอนเย็น

tarde

วันทำการ

días hábiles

วันสุดสัปดาห์

fin de semana

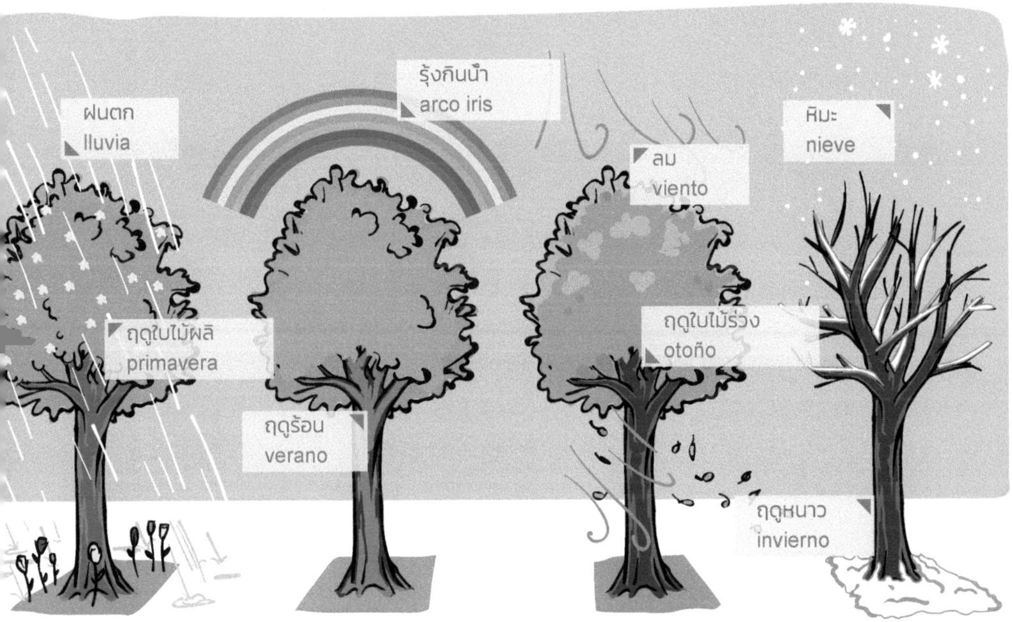

รุ้งกินน้ำ
arco iris
ฝนตก
lluvia
หิมะ
nieve
ลม
viento
ฤดูใบไม้ผลิ
primavera
ฤดูใบไม้ร่วง
otoño
ฤดูร้อน
verano
ฤดูหนาว
invierno

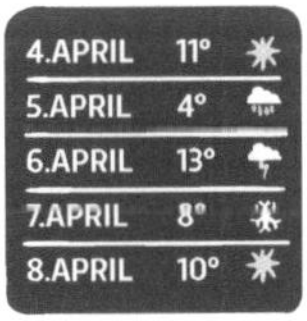

4.APRIL 11°
5.APRIL 4°
6.APRIL 13°
7.APRIL 8°
8.APRIL 10°

การพยากรณ์อากาศ

....

ronóstico meteorológico

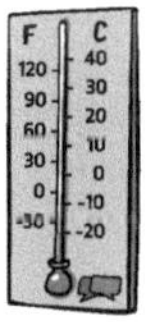

F C
120 90 60 30 0 -30
40 30 20 10 0 -10 -20

เครื่องวัดอุณหภูมิ

....

termómetro

แสงแดด

....

luz del sol

ก้อนเมฆ

....

nube

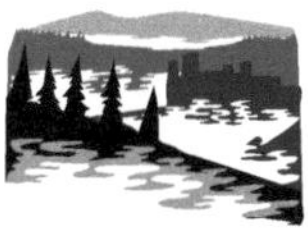

หมอก

....

niebla

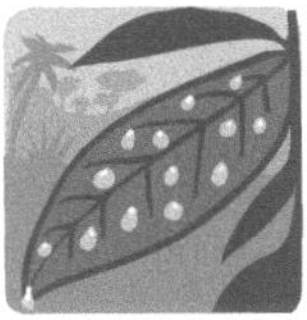

ความชื้น

....

humedad

ฟ้าแลบ/ฟ้าผ่า

rayo

ฟ้าร้อง

trueno

พายุ

tormenta

ลูกเห็บ

granizo

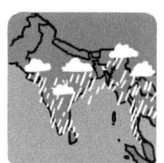

ลมมรสุม

monzón

น้ำท่วม

inundación

น้ำแข็ง

hielo

มกราคม

enero

กุมภาพันธ์

febrero

มีนาคม

marzo

เมษายน

abril

พฤษภาคม

mayo

มิถุนายน

junio

กรกฎาคม

julio

สิงหาคม

agosto

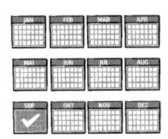

กันยายน
septiembre

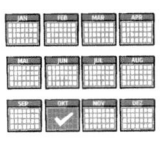

ตุลาคม
octubre

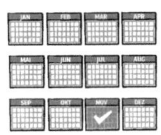

พฤศจิกายน
noviembre

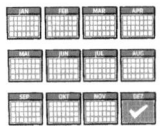

ธันวาคม
diciembre

รูปร่าง
formas

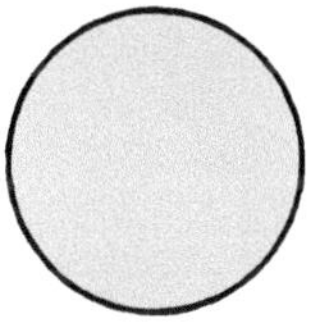

วงกลม
círculo

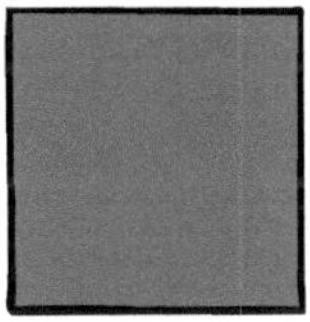

สี่เหลี่ยม
cuadrado

สี่เหลี่ยมผืนผ้า
rectángulo

สามเหลี่ยม
triángulo

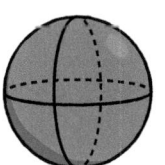

ทรงกลม
esfera

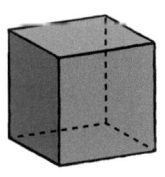

ลูกบาศก์
cubo

สี
colores

ขาว

blanco

เหลือง

amarillo

ส้ม

naranja

ชมพู

rosa

แดง

rojo

ม่วง

violeta

ฟ้า

azul

เขียว

verde

น้ำตาล

marrón

เทา

gris

ดำ

negro

มาก/ น้อย

mucho / poco

ฉุนเฉียว/ สงบ

enojado / tranquilo

สวยงาม/ น่าเกลียด

lindo / feo

เริ่มต้น/ จบ

principio / fin

ใหญ่/ เล็ก

grande / chico

สว่าง/ มืด

claro / oscuro

งชาย,พี่ชาย/ น้องสาว,พี่สาว

hermano / hermana

สะอาด/ สกปรก

limpio / sucio

สมบูรณ์/ ไม่สมบูรณ์

completo / incompleto

กลางวัน/ กลางคืน

día / noche

ตาย/ มีชีวิต

muerto / vivo

กว้าง/ แคบ

ancho / angosto

กินได้/ กินไม่ได้

comestible / no comestible

ชั่วร้าย/ ใจดี

malo / amable

น่าตื่นเต้น/ น่าเบื่อ

entusiasmado / aburrido

อ้วน/ ผอม

gordo / flaco

อย่างแรก/ สุดท้าย

primero / último

เพื่อน/ ศัตรู

amigo / enemigo

เต็ม/ ว่างเปล่า

lleno / vacío

แข็ง/ นุ่ม

duro / blando

หนัก/ เบา

pesado / liviano

หิว/ กระหายน้ำ

hambre / sed

ป่วย/ สุขภาพดี

enfermo / sano

ผิดกฎหมาย/ ถูกกฎหมาย

ilegal / legal

ฉลาด/ โง่

inteligente / estúpido

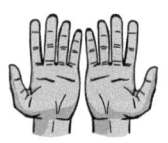

ซ้าย/ ขวา

izquierda / derecha

ใกล้/ ไกล

cerca / lejos

ใหม่/ ใช้แล้ว

nuevo / usado

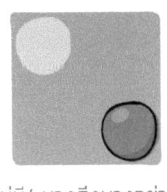

ไม่มี/ บางสิ่งบางอย่าง

nada / algo

แก่/ หนุ่ม

viejo / joven

เปิด/ปิด

encendido / apagado

เปิด/ ปิด

abierto / cerrado

เงียบ/ ดัง

silencioso / ruidoso

รวย/ จน

rico / pobre

ถูก/ ผิด

correcto / incorrecto

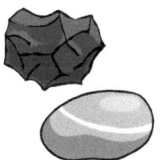

ขรุขระ/ เรียบ

áspero / suave

เศร้า/ ดีใจ

triste / contento

สั้น/ ยาว

corto / largo

ช้า/ เร็ว

lento / rápido

เปียก/ แห้ง

mojado / seco

อบอุ่น/ หนาวเย็น

caliente / frío

สงคราม/ สันติภาพ

guerra / paz

เลข/จำนวน

números

0	1	2
ศูนย์	หนึ่ง	สอง
cero	uno	dos
3	4	5
สาม	สี่	ห้า
tres	cuatro	cinco
6	7	8
หก	เจ็ด	แปด
seis	siete	ocho
9	10	11
เก้า	สิบ	สิบเอ็ด
nueve	diez	once

12

สิบสอง

doce

13

สิบสาม

trece

14

สิบสี่

catorce

15

สิบห้า

quince

16

สิบหก

dieciséis

17

สิบเจ็ด

diecisiete

18

สิบแปด

dieciocho

19

สิบเก้า

diecinueve

20

ยี่สิบ

veinte

100

หนึ่งร้อย

cien

1.000

หนึ่งพัน

mil

1.000.000

หนึ่งล้าน

millón

ภาษา
idiomas

ภาษาอังกฤษ
....
inglés

ภาษาอังกฤษแบบอเมริกัน
....
inglés americano

ภาษาจีนแมนดาริน
....
chino mandarín

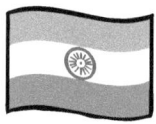

ภาษาฮินดี
....
hindi

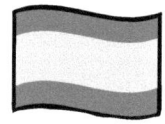

ภาษาสเปน
....
español

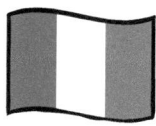

ภาษาฝรั่งเศส
....
francés

ภาษาอาหรับ
....
árabe

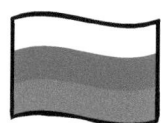

ภาษารัสเซีย
....
ruso

ภาษาโปรตุเกส
....
portugués

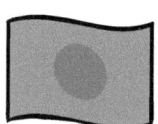

ภาษาเบงกอล
....
bengalí

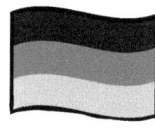

ภาษาเยอรมัน
....
alemán

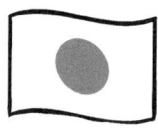

ภาษาญี่ปุ่น
....
japonés

ใคร / อะไร / อย่างไร
quién / qué / cómo

ฉัน
yo

เธอ
vos

เขา / หล่อน / มัน
él / ella

พวกเรา
nosotros

พวกคุณ
ustedes

พวกเขา
ellos

ใคร?
¿quién?

อะไร?
¿qué?

อย่างไร?
¿cómo?

ที่ไหน?
¿dónde?

เมื่อไหร่?
¿cuándo?

ชื่อ
nombre

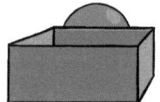

ที่ไหน
dónde

ข้างหลัง

detrás

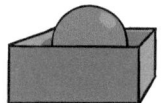

ใน

en

ข้างหน้า

adelante de

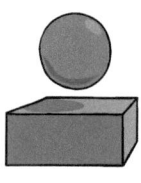

เหนือ

por encima de

บน

sobre

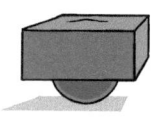

ใต้

debajo de

ด้านข้าง

al lado de

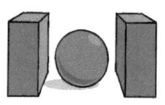

ระหว่าง

entre

ตำแหน่ง

lugar